Published in 1989 by Magi Publications,
in association with Star Books International, 55 Crowland Avenue, Hayes, Middx UB3 4JP, UK

Printed and bound in Spain
©Original title, (in Spanish, *La Noche*) Ediciones Destino, S.A., Barcelona
©English translation, Magi Publications, 1989
©Text, Maria Martinez i Vendrell, 1986
©Illustrations, Roser Capdevila, 1986
©Punjabi translation, Magi Publications, 1989
Text design and paste-up, K.S.P. Graphics, London

3971.699.4/09
Translated into Punjabi by Swaran Chandan
ISBN 1 85430 109 8

ਹਨੇਰਾ ਹੋਣ ਪਿੱਛੋਂ

AFTER DARK

ਮਾਰੀਆ ਮਾਰਟੀਨੇਜ਼ ਈ ਵੈਨਡਰੈਲ
ਰੋਜ਼ਰ ਕੇਪਡੈਵਿਲਾ

Maria Martinez i Vendrell
Roser Capdevila

Magi Publications

ਜਦੋਂ ਉਪਰ ਆਕਾਸ਼ ਵਿਚ ਤਾਰੇ ਚਮਕਦੇ ਹਨ ਤੇ ਹੇਠਾਂ ਗਲੀਆਂ ਵਿਚ ਲੈਂਪ
ਜਗਦੇ ਹਨ, ਤਾਂ ਸੌਣ ਦਾ ਵੇਲਾ ਹੋ ਜਾਂਦਾ ਹੈ ।
ਪਰ....

When the stars light up the night sky and lamps light up the street below, the time has come for sleep.
But....

ਮਾਰਥਾ ਸੌਂ ਨਹੀਂ ਸਕਦੀ । ਉਹਦੀਆਂ ਅੱਖਾਂ ਬੰਦ ਨਹੀਂ ਰਹਿੰਦੀਆਂ । ਦੂਜੇ ਪਾਸੇ ਐਨਾ ਘੂਕ ਸੌਂ ਰਹੀ ਹੁੰਦੀ ਹੈ ।

Martha can't sleep. Her eyes won't stay closed. Anna, on the other hand, is sleeping like a log.

‘ਐਨਾ ਤੂੰ ਸੌਂ ਰਹੀ ਏਂ?’
ਚੁੱਪ।
‘ਐਨਾ! ਮੈਨੂੰ ਹਨੇਰੇ ਵਿਚ ਬੜੇ ਭੈੜੇ ਸੁਪਨੇ ਆ ਰਹੇ ਨੇ। ਮੈਨੂੰ ਡਰ ਲਗਦਾ ਏ।’
‘ਓਹੋ, ਚੁੱਪ ਕਰ ਮਾਰਥਾ,’ ਐਨਾ ਚੀਕਦੀ ਹੈ।
‘ਸਸ਼ਸ਼ਸ਼, ਮੰਮੀ ਸੁਣ ਲਏਗੀ। ਮੈਂ ਹੇਠਾਂ ਆ ਰਹੀ ਆਂ।’
‘ਨਹੀਂ! ਮੈਂ ਸੌਣਾ ਚਾਹੁੰਦੀ ਹਾਂ।’

‘Are you asleep, Anna?’
Silence.
‘ANNA! I’m having bad dreams in the dark. I’m scared.’
‘Oh, shut up, Martha,’ yelps Anna.
‘Sssh, Mummy will hear us. I’m coming down.’
‘NO! I want to sleep!’

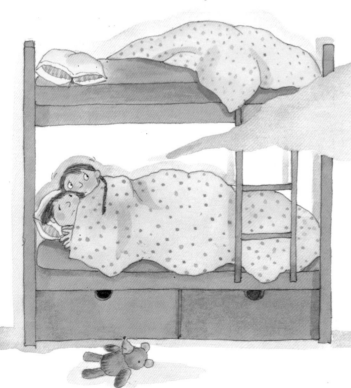

ਪਰ ਮਾਰਥਾ ਹੇਠਾਂ ਉਤਰਦੀ ਹੈ ਅਤੇ
ਆਪਣੀ ਭੈਣ ਨੂੰ ਜੱਫੀ ਪਾ ਲੈਂਦੀ ਹੈ,
ਜੋ ਕਿ ਉੱਚੀ ਉੱਚੀ ਰੋ ਰਹੀ ਹੈ।

But Martha jumps down
anyway and cuddles up to her
sister, who groans loudly.

ਤੇ ਸੱਚੀਂ ਹੀ ਮੰਮੀ ਉਹਨਾਂ ਦੀ ਆਵਾਜ਼ ਸੁਣ ਲੈਂਦੀ ਹੈ । ਉਹ ਅੰਦਰ ਆਉਂਦੀ ਹੈ,
ਤੇ ਖਿਝੀ ਹੋਈ ਲਗ ਰਹੀ ਹੈ ।
'ਤੁਸੀਂ ਦੋਵੇਂ! ਬੰਦੇ ਨਹੀਂ ਬਣਦੀਆਂ?'
'ਮਾਰਥਾ ਮੈਨੂੰ ਸੌਣ ਨਹੀਂ ਦੇਂਦੀ,' ਐਨਾ ਚੀਕਦੀ ਹੈ ।
'ਇਹ ਠੀਕ ਗੱਲ ਨਹੀਂ । ਮੈਂ ਤਾਂ ਸਿਰਫ....'
'ਠੀਕ ਏ । ਆਪਣੇ ਬਿਸਤਰ 'ਚ ਚਲੀ ਜਾ, ਮਾਰਥਾ, ਰੋ ਨਾ । ਮੈਨੂੰ ਦੱਸ ਕੀ ਗੱਲ ਹੈ?'

Of course, Mummy does hear them. She comes in, looking rather cross.
'You two! Can't you ever behave?'
'It's Martha - she won't let me sleep,' wails Anna.
'That's not fair. I only wanted...'
'Alright now. Back into your own bed, Martha, and no crying. Tell me what the matter is.'

‘ਮੈਂ ਸਮਝਾ ਨਹੀਂ ਸਕਦੀ। ਮੈਂ ਅੱਖਾਂ ਬੰਦ ਕਰਦੀ ਹਾਂ ਤਾਂ ਸਭ ਹਨੇਰਾ ਹੋ ਜਾਂਦਾ ਹੈ। ਮੈਨੂੰ ਸੌਣ ਤੋਂ ਬੜਾ ਡਰ ਲਗਦਾ ਹੈ।’
‘ਪਰ ਬਾਹਰ ਸਿਰਫ ਹਨੇਰਾ ਹੀ ਤਾਂ ਨਹੀਂ, ਮਾਰਥਾ। ਕਈ ਕੁਝ ਹੋਰ ਵੀ ਹੋ ਰਿਹੈ....ਹਿੱਲਜੁੱਲ, ਰੌਸ਼ਨੀ ਅਤੇ ਸ਼ੋਰ। ਡੈਡੀ ਤੇ ਮੈਂ ਕਈ ਵਾਰ ਸਿਨੇਮਾ ਜਾਂਦੇ ਹਾਂ, ਅਤੇ ਉਥੇ ਕਈ ਲੋਕ ਰਾਤ ਨੂੰ ਵੀ ਕੰਮ ਕਰ ਰਹੇ ਹੁੰਦੇ ਨੇ।’
‘ਸੱਚੀਂ ?’ ਮਾਰਥਾ ਨੇ ਪੁੱਛਿਆ।
‘ਮੰਮੀ! ਸਾਨੂੰ ਕੋਈ ਕਹਾਣੀ ਸੁਣਾਉ।’ ਹੁਣ ਐਨਾ ਵੀ ਸੁਣਨ ਲਈ ਤਿਆਰ ਹੋ ਗਈ।
‘ਦੋਵੇਂ ਠੀਕ ਤਰ੍ਹਾਂ ਬੈਠੋ, ਤੇ ਮੈਂ ਤੁਹਾਨੂੰ ਇਕ ਰੁੱਝੀ ਰਾਤ ਦੀ ਕਹਾਣੀ ਸੁਣਾਉਂਦੀ ਹਾਂ।’

‘I can’t explain. I close my eyes and I’m in the dark. I’m too scared to sleep.’
‘But it’s not all dark out there, Martha. There’s lots of things going on.... movement and light and noise. Daddy and I go to the cinema sometimes, and there are people working at night, too.’
‘Are there really?’ asks Martha.
‘Tell us, Mummy! Tell us a story.’ Now Anna is interested too.
‘Settle down, both of you, and I’ll tell you a story of a busy night.’

'ਜਦੋਂ ਹਨੇਰਾ ਹੁੰਦਾ ਹੈ ਅਤੇ ਅਸੀਂ ਸੌਣ ਲਈ ਚਲੇ ਜਾਂਦੇ ਹਾਂ, ਤਾਂ ਬੁੱਝੋ ਬਾਕੀ ਲੋਕ ਕੀ ਕਰਦੇ ਹਨ....ਬੇਕਰ ਸਾਡੇ ਬ੍ਰੇਕਫਾਸਟ ਲਈ ਡਬਲਰੋਟੀ ਅਤੇ ਗਰਮ ਰੋਲ ਬਣਾਉਂਦਾ ਹੈ....ਸਫ਼ਾਈ-ਗੱਡੀ ਗੰਦ ਸਾਫ਼ ਕਰਦੀ ਹੈ....ਵੱਡੀਆਂ ਵੱਡੀਆਂ ਮਸ਼ੀਨਾਂ ਅਖਬਾਰਾਂ ਛਾਪਣ ਲਈ ਸਾਰੀ ਸਾਰੀ ਰਾਤ ਚਲਦੀਆਂ ਰਹਿੰਦੀਆਂ ਹਨ।'

'When it's dark and we go to sleep, guess what other people do.... a baker makes bread and hot rolls for our breakfast.... the dustcart clears up the rubbish.... big machines keep running to print the newspapers.'

'ਜੇ ਰਾਤ ਨੂੰ ਕਿਸੇ ਮਕਾਨ ਨੂੰ ਅੱਗ ਲਗ ਜਾਏ ਤਾਂ ਅੱਗ ਬੁਝਾਉਣ ਵਾਲਿਆਂ ਨੂੰ ਉਸੇ ਵੇਲੇ ਆ ਕੇ ਬੁਝਾਉਣੀ ਪੈਂਦੀ ਹੈ। ਕਈਆਂ ਨੂੰ ਸਾਡੀਆਂ ਚਿੱਠੀਆਂ ਅਤੇ ਪਾਰਸਲ ਲਿਆਉਣ ਵਾਲੀ ਗੱਡੀ ਚਲਾਉਣੀ ਪੈਂਦੀ ਹੈ। ਕਈ ਫੈਕਟਰੀਆਂ ਕਦੇ ਬੰਦ ਨਹੀਂ ਹੁੰਦੀਆਂ, ਅਤੇ ਹਸਪਤਾਲਾਂ ਵਿਚ, ਮਰੀਜ਼ਾਂ ਦੀ ਦੇਖ-ਭਾਲ ਲਈ ਵੀ ਕੋਈ ਨਾ ਕੋਈ ਚਾਹੀਦਾ ਹੁੰਦਾ ਹੈ।'

'If a house catches fire at night, the firefighters must come and put it out. And someone must drive the train which brings us our letters and parcels. Some factories never stop, and in hospital, sick people need looking after.'

‘ਫੇਰ ਕਈ ਬੱਚੇ ਰਾਤ ਨੂੰ ਪੈਦਾ ਹੁੰਦੇ ਨੇ — ਬਿਲਕੁਲ ਤੇਰੀ ਤਰ੍ਹਾਂ, ਮਾਰਥਾ,'
ਮੰਮੀ ਕਹਿੰਦੀ ਹੈ ।
‘ਤੇ ਮੈਂ?' ਐਨਾ ਪੁੱਛਦੀ ਹੈ ।
‘ਨਹੀਂ, ਤੂੰ ਚੜ੍ਹਦੇ ਸੂਰਜ ਨਾਲ ਪੈਦਾ ਹੋਈ ਸੈਂ,' ਮੰਮੀ ਜਵਾਬ ਦੇਂਦੀ ਹੈ ।

'Then some babies are born at night - just like you,
Martha,' says Mummy.
'And me?' asks Anna.
'No, you came with the morning sun,' Mummy replies.

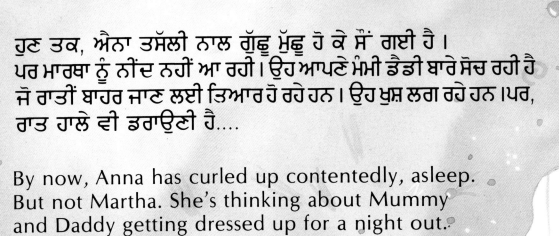

ਹੁਣ ਤਕ, ਐਨਾ ਤਸੱਲੀ ਨਾਲ ਗੁੱਛੂ ਮੁੱਛੂ ਹੋ ਕੇ ਸੌਂ ਗਈ ਹੈ ।
ਪਰ ਮਾਰਥਾ ਨੂੰ ਨੀਂਦ ਨਹੀਂ ਆ ਰਹੀ । ਉਹ ਆਪਣੇ ਮੰਮੀ ਡੈਡੀ ਬਾਰੇ ਸੋਚ ਰਹੀ ਹੈ ਜੋ ਰਾਤੀਂ ਬਾਹਰ ਜਾਣ ਲਈ ਤਿਆਰ ਹੋ ਰਹੇ ਹਨ । ਉਹ ਖ਼ੁਸ਼ ਲਗ ਰਹੇ ਹਨ ।ਪਰ, ਰਾਤ ਹਾਲੇ ਵੀ ਡਰਾਉਣੀ ਹੈ....

By now, Anna has curled up contentedly, asleep. But not Martha. She's thinking about Mummy and Daddy getting dressed up for a night out. They look happy. But the night is still a bit scary....

ਮੰਮੀ ਨੇ ਦੋਹਾਂ ਨੂੰ ਚੁੰਮਿਆ ਹੈ ਅਤੇ ਦਰਵਾਜ਼ੇ ਵਲ ਸਰਕ ਰਹੀ ਹੈ ।

'ਮੰਮ!'

'ਮੈਂ ਤਾਂ ਸੋਚਿਆ ਕਿ ਤੂੰ ਸੌਂ ਗਈ ਸੈਂ, ਮਾਰਥਾ,' ਮੰਮੀ ਨੇ ਹਉਕਾ ਭਰਿਆ ।
ਕੀ ਦਰਵਾਜ਼ਾ ਖੁੱਲਾ ਰਹਿਣ ਦਿਆਂ?'

'ਮੰਮੀ, ਮੈਨੂੰ ਰਾਤ ਬਾਰੇ ਹੋਰ ਜ਼ਿਆਦਾ ਦੱਸੋਗੇ? ਮੈਨੂੰ ਅਜੇ ਵੀ ਡਰ ਲਗ ਰਿਹੈ,'
ਮਾਰਥਾ ਨੇ ਹੌਲੀ ਜੇਹੀ ਆਖਿਆ ।

Mummy has kissed them both and is creeping to the door.
'Mum!'
'I thought you were asleep, Martha,' sighs Mummy. 'Do you want the door left open?'
'Mummy, will you tell me more about the night? I'm still scared,' Martha whispers.

ਮੰਮੀ ਪਰਦੇ ਖੋਲ੍ਹਦੀ ਹੈ ਅਤੇ ਮਾਰਥਾ ਕੋਲ ਆ ਕੇ ਬੈਠਦੀ ਹੈ ।
'ਮੈਂ ਵੀ ਤੇਰੇ ਵਾਂਗ ਹੀ ਡਰਦੀ ਹੁੰਦੀ ਸਾਂ, ਜਦੋਂ ਮੈਂ ਛੋਟੀ ਜੇਹੀ ਸਾਂ । ਅਤੇ ਮੈਂ ਵੀ ਸੌਣਾ ਨਹੀਂ ਸਾਂ
ਚਾਹੁੰਦੀ ਹੁੰਦੀ ।'
'ਸੱਚੀਂ?'
'ਬਹੁਤੇ ਬੱਚੇ ਐਸੇ ਤਰ੍ਹਾਂ ਕਰਦੇ ਨੇ । ਜਦੋਂ ਤੂੰ ਥੋੜੀ ਜੇਹੀ ਹੋਰ ਵੱਡੀ ਹੋ ਜਾਏਂਗੀ, ਤਾਂ ਤੂੰ
ਆਪਣੀਆਂ ਅੱਖਾਂ ਬੰਦ ਕਰਕੇ ਸੌਂ ਸਕੇਂਗੀ, ਅਤੇ ਤੈਨੂੰ ਪਤਾ ਲੱਗੇਗਾ ਕਿ ਸਵੇਰ ਤਕ ਸਭ ਕੁਝ
ਉਸੇ ਤਰ੍ਹਾਂ ਹੀ ਰਹਿੰਦਾ ਹੈ ।'
ਜਿਉਂ ਹੀ ਉਹਨਾਂ ਧਿਆਨ ਕੀਤਾ ਉਹਨਾਂ ਦੇਖਿਆ ਕਿ ਚੰਦ੍ਰਮਾ ਉਹਨਾਂ ਵਲ ਹੀ ਝਾਕ
ਰਿਹਾ ਸੀ । ਉਹਨੇ ਆਪਣੀ ਅੱਖ ਝਮਕੀ । ਮਾਰਥਾ ਸੁੱਤੀ ਹੋਈ ਅਜੇ ਵੀ ਮੁਸਕਰਾ ਰਹੀ ਹੈ ।

Mummy opens the curtains and comes to sit beside Martha.
'I was scared like you, when I was a little child. And I didn't want
to go to sleep.'
'Were you really?'
'Lots of children are. As you get a bit older, you'll be able to close
your eyes and drift off to sleep, and you'll know that things will be
the same in the morning.'
As they watch, they both
see the moon peeping in
at them. She winks her
eye. Martha is still smiling
as she falls asleep.

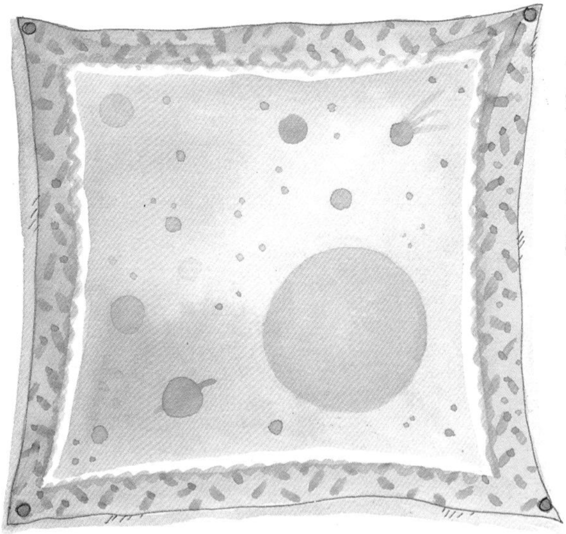

ਇਹ ਕਹਾਣੀ ਇਹ ਦੱਸਦੀ ਹੈ:

ਕੁਝ ਬੱਚੇ ਬਿਸਤਰ ਤੇ ਜਾਣ ਅਤੇ ਹਨੇਰੇ ਵਿਚ ਅੱਖਾਂ ਬੰਦ ਕਰਣ ਤੋਂ ਡਰਦੇ ਹਨ ।
ਉਦੋਂ ਉਹ ਕਿਵੇਂ ਮਹਿਸੂਸ ਕਰਦੇ ਹਨ, ਇਹ ਦੱਸਣਾ ਉਹਨਾਂ ਲਈ ਬੜਾ ਔਖਾ ਹੁੰਦਾ ਹੈ - ਹੋ ਸਕਦਾ ਹੈ ਕਿ ਉਹ ਗੁੱਸੇ, ਇਕੱਲੇ, ਉਦਾਸ ਜਾਂ ਮਜਬੂਰ ਮਹਿਸੂਸ ਕਰਦੇ ਹੋਣ। ਪਰ, ਅਸਲ ਵਿਚ ਉਹ ਡਰੇ ਰਹੇ ਹੁੰਦੇ ਹਨ। ਹੋ ਸਕਦਾ ਹੈ ਰੌਸ਼ਨੀ ਦੀ ਘਾਟ, ਖਾਮੋਸ਼ੀ, ਇਕੱਲੇ ਰਹਿ ਜਾਣ ਦਾ ਅਹਿਸਾਸ, ਵਕਤ ਦੀ ਹੋਸ਼ ਭੁੱਲਣ, ਅਣਵੇਖੇ ਦਾ ਡਰ ਆਦਿ ਉਹਨਾਂ ਦੀ ਡਰ ਦੀ ਭਾਵਨਾ ਵਿਚ ਹੋਰ ਵਾਧਾ ਕਰਦੇ ਹੋਣ ।

ਵੱਡੇ ਹਮੇਸ਼ਾਂ ਇਹ ਜਾਣਨ ਦੀ ਕੋਸ਼ਿਸ਼ ਨਹੀਂ ਕਰਦੇ ਕਿ ਬੱਚੇ ਕਿਹੜੇ ਹਾਲਾਤ ਚੋਂ ਗੁਜ਼ਰ ਰਹੇ ਹਨ, ਕਿਉਂਕਿ ਉਹ ਇਹੀ ਸਮਝਦੇ ਹਨ ਕਿ ਹਰ ਇਕ ਨੇ ਸੌਣਾ ਹੀ ਹੁੰਦਾ ਹੈ, ਅਤੇ ਆਮ ਤੌਰ ਤੇ ਉਹਨਾਂ ਨੂੰ ਆਪ ਨੂੰ ਸੌਣਾ ਚੰਗਾ ਲਗਦਾ ਹੈ। ਉਹਨਾਂ ਨੂੰ ਤਾਂ ਇਹ ਸਮਝ ਆ ਗਈ ਹੁੰਦੀ ਹੈ ਕਿ ਸਵੇਰੇ ਉੱਠਣ ਤੇ ਉਹਨਾਂ ਦੀ ਦੁਨੀਆ ਉਸੇ ਤਰ੍ਹਾਂ ਦੀ ਹੋਵੇਗੀ, ਇਸ ਲਈ ਉਹ ਬਿਸਤਰੇ ਤੇ ਲੇਟਦਿਆਂ ਸਾਰ ਹੀ ਆਰਾਮ ਕਰ ਅਤੇ ਸੌਂ ਸਕਦੇ ਹਨ ।

In this story we talk about:
The difficulty some children have with going to bed and closing their eyes in the dark.

It is difficult for them to describe how they feel then - they may feel angry, very lonely, unhappy or helpless. But really they are afraid. The lack of light, the silence, being left alone, losing any sense of time and fearing the unknown may all contribute to this feeling.

Adults don't always recognise what children are going through, because they know that everyone has to sleep, and they usually enjoy sleeping. They have learnt that their world will still be the same when they wake up, so they can relax as they lie in bed, falling asleep.